Kondoo Aliye Potea

*Fundisho la Fumbo la Yesu Katika
Luka 15:3-7*

F. Wayne Mac Leod

LIGHT TO MY PATH BOOK DISTRIBUTION

Sydney Mines, Nova Scotia, CANADA

Kondoo Aliyepotea

Copyright © 2009 by F. Wayne Mac Leod

Haki zote zimehifadhiwa. Hakuna sehemu ya kitabu hiki kinaruhusiwa kuchapwa au kubadilishwa bila ya ruhusa ya Muandishi wa Kitabu hiki.

Nikuu zote za Maandiko, isipokuwa kwa sababu za msingi, zimechukuliwa kutoka katika Tafsiri ya New International Version of the Bible (Copyright © 1973, 1978, 1984 International Bible Society. Used with permission of Zondervan Bible Publishers. All rights reserved.)

Shukurani za dhati kwa wahariri kwa kuwa bila wao kitabu hiki kingekuwa kigumu kukisoma:

Diane Mac Leod, Lillian Mac Neil

YALIYOMO

Yaliyomo 3
Dibaji 5
1- Jukumu La Mchungaji 9
2-Kondoo Aliyepotea 15
3-Kuwaacha Tisini na Tisa 27
4-Kumuendea Kondoo Aliyepotea 33
5-Akiisha Kumwona 39
6- Furahi Pamoja Nami 47
7-Kufurahia Mbinguni 53

DIBAJI

Hili ni fundisho la Luka 15:3-7. Mara nyingi kifungu hiki hutumika kwa Makusudi ya Kiinjilisti,Makusudi yangu ni kukuonesha jinsi fundisho hili linafanya kazi kwa Mwamini.

Fumbo hili limekuja kujulikana kama Fumbo la Kondoo Aliyepotea. Neno "Potea" ni neno la Kithiologia mara nyingi hutumika katika siku za leo. Kama neno la Kithiolojia, linamrejea mtu asiyeamini ambaye hajapokea kabisa wokovu wa Bwana Yesu. Tunasema mtu huyo amepotea kama hajaja kwa Kristo .Mie situmii neno "Kupotea"katika maana Hiyo.

Nimekutana na waamini wengi ambao wametangatanga mbali na upendo na ahadi ambazo walikuwa nazo hapo mwanzo. Kwa ajili ya maisha fulani wamekuwa wakali na imani yao imepata matokeo hayo.Kwa wengine, Kanisa limekuwa bila ukarimu kwao na wakajikuta wakiondoka na kutangatanga nje mbali na ushirika wa kanisa. Wengine wameanguka katika majaribu ya ulimwengu na kuwajibika kwao katika kanisa kumeisha. Waamini hawa wamepotea katika njia zao . Wamekwenda mbali na njia ya Mungu. Ni Kondoo waliopotea..

Mchungaji mwema Yesu alijua kondoo zake wangepata mahangaiko katika dunia hii. Kuna maadui wengi wa

Kondoo hawa.. Imani Yao ingejaribiwa vikali. Baadhi ya kondoo wa Kristo wangetawanyika. Wengine wangeumizwa na kutiwa majeraha na kuachwa pembeni mwa njia katika maisha yao.

Fumbo Hili la kumrejesha kondoo aliyepotea njia na kutangatanga na kwenda mbali na furaha na ushirika ambao Mungu anautaka kwa ajili yake. Inawakilisha changamoto kwetu kuchukua jambo hili kwa umakini na kujali maumivu na majeraha ya kaka na dada zetu katika Imani . Katika siku hiyo Yesu alifundisha mfano huu , Mafarisayo na wakuu wa dini walikuwa wakiwakataa watu waliokuwa chini ya uangalizi wao. Kondoo walikuwa hawafundishwi.   Hakuwepo mtu wa kuwajali. Walieda mbali na ukweli na kuangukia katika njia za Ulimwengu wakati wachungaji wao wa Kiroho wamesimama pembeni.

 Katika njia nyingi fumbo hili linahusu namna ya kuwa Mchungaji mwaminifu wa Kondoo wa Mungu. Inafunua moyo wa Bwana Yesu kwa watu wake wa Thamani ambao wamepotea njia. Ni wito kwa wote ambao watasikia mafundisho yake kuusikia moyo wa Mungu kwa ajili ya wale mbao ushirika wao na furaha vimezuiliwa. Huduma ya kurejesha kondoo kwenye ushirika si kazi rahisi. Ni kwa mtu ambae, anapendezwa na moyo wa Mungu. Nina shawishika kuwa utajri wa Baraka zake zitakaa juu ya wale wanaoshiriki kujali kwake kwa ajili ya Kondoo waliokwenda mbali.

Hichi si kitabu cha "Namna ya". Nina achilia hili kwa wachungaji wanaoweza. Makusudi yangu ni kufungua mfano huu na kuweka wazi moyo wa Mungu kwa ajili ya Kanisa la leo. Ni maombi yangu kuwa somo hili litauweka wazi moyo wa Mungu katika namna mpya na namna ya tofauti zaidi. Naomba Mungu ayatumie mafundisho ili kwamba kondoo wake waliopotea warejeshwe na wajue uzuri wa upendo Wake.

F. Wayne Mac Leod

1- JUKUMU LA MCHUNGAJI

Akawaambia mfano hu, akisema: "Ni nani kwenu, mwenye kondoo mia…... (Luka 15:3-4)

Luka 15:3-7 haizungumzi sana kuhusu kondoo aliyepotea bali ni kuhusu mchungaji na kile anachofanya kumtafuta huyo kondoo. Katika kifungu hiki, Yesu anazungumza na viongozi wa dini wa wakati wake. Viongozi hawa walimtuhumu kwa kula na wenye dhambi na watoza ushuru. Kwao Kiongozi wa dini hakuwa na haki ya kujichafua kwa kujichanganya na watu wa namna hiyo. Yesu aliwajibu kutokana na swali lao kwa kuwaambia hili fumbo.

Hili fumbo limekuwa likitumika kuwatia moyo wakristo kuwahubiri wasioamini. Hakuna swali kuwa hichi kifungu kweli kinatutaka kufanya hivyo. Lakini embu nionyeshe mambo kadhaa.

Kumbuka kuwa kondoo ambao Yesu alikuwa akiwazungumzia walikuwa chini ya uangalizi wa mchungaji. Akiongea na wakuu wa dini wa wakati wake, Yesu alisema, "Ni nani kwenu mwenye kondoo mia" (mstari 4). Hili uonyesha kuwa kondoo anawazungumzia ni sehemu ya kundi na wako chini ya jukumu la kiongozi wa kiroho.

Pili, angalia kile Bwana alichosema kuhusu Kondoo katika Mathayo 25:31-33:

> *(31) "Hapo atakapokuja Mwana wa Adamu kaika utukufu wae, na malaika watakatifu wote pamoja naye,ndipo atakapoketi katika kiti cha utukufu wake. (32) na mataifa yote yatakusanyika. Mbele zake: naye atawabagua kama vile mchungaji abaguavyo kondoo na mbuzi (33) ataweka kondoo mkono wake wa kuume, na mbuzi mkono wake wa kushoto."*

Gundua tofauti hapo katika kifungu kati ya kondoo na mbuzi. Kondoo ni wale walio wa mchungaji, Bwana Yesu. Mbuzi ni wasioamini ambao wamemkataa. Hii inaonyesha kuwa kondoo Yesu anaowazungumzia hapa katika mfano huu si wale wasioamini. Wanaweza kuwa waamini, chini ya uangalizi wa mchugaji wa kiroho, ambao wamepotea njia au wameenda mbali na kweli. Ni kweli, ni wenye dhambi Yesu alikuwa akila nao alipokuwa akituhumiwa kuwa anajichangnya na wapagani na watoza ushuru ambao walikuwa ni Wayahudi ambao walikuwa chini ya kiongozi wa dini wa wakati ule lakini walikuwa wamekataliwa kwa sababu ya mtindo wa maisha yao.

Yesu anaanza mfano wake na usemi: "Ni nani kwenu, mwenye kondoo mia." Aliwakumbusha viongozi wa dini wa wakati wake kuwa wamekabidhiwa na Mungu kuaangalia kikundi cha wafuasi. Hawa kondoo mia walikuwa ni jukumu lao. Kama Wachungaji, walikuwa wanawajibika kwa hawa kondoo. Lilikuwa ni jukumu ambalo hawakupaswa kulichukulia wepesi. Sikiliza kile Bwana Mungu alichosema kwa wachungaji wa watu wake katika Ezekieli 34:2-6:

> *(2) "Mwanadamu toa unabii juu ya wachungaji wa Israeli, toa unabii uwaambie, naam hao wachungaji, Bwana MUNGU asema hivi; ole wao wachungaji wa*

Israeli wanaojilisha wenyewe; je haiwapasi wachungaji kuwalisha Kondoo? (3) Mnawala walionona, mnajivika manyoya, mnawachinja walionona lakini hamwalishi kondoo. (4) Wagonjwa hamkuwatia nguvu wala hamkuwaponya wenye maradhi, wala hamkuwafunga waliovunjika, wala hamkuwarudisha waliofukuzwa, wala hamkuwatafuta waliopotea; bali kwa nguvu na ukali mmewatawala. (5) Nao wakatawanyika kwa sababu hapakuwa na mchungaji; wakawa chakula cha wanyama-mwitu wakatawanyika. (6) Kondoo zangu walitanga tanga katika milima yote na juu ya kila kilima kirefu; naam, kondoo zangu walitawanyika juu ya uso wote wa dunia; wala hapakuwa na mtu aliyewauliza, wala kuwatafuta."

Bwana Mungu anawatuhumu viongozi wa kiroho wa wakati wa Ezekieli kwa kujinufaisha na kondoo na kuwatumia kwa faida zao wenyewe binafsi. Hawa wachungaji hawakuwalisha kondoo na kuwapa mahitaji yao. Kwa sababu hawakupata uangalifu waliohitaji, kondoo walivunjika moyo na wakatawanyika. Angali kitu cha msingi kwenye Ezekieli 34:6 kuwa japo hawa kondoo walitanga-tanga mbali na kundi "apakuwa na tu aliyewauliza, wala kuwatafuta."

Wakati Mungu anatuita kuwa wachungaji, anatuita kwenye huduma ya muhimu sana. Si huduma tu . Kuwangalia kodoo ni wito mkuu. Mungu atatutaka tutoe hesabu kwa ajili ya kila kondoo aliyemuweka katika uangalizi wetu. Ni kweli, sikiliza kile Yesu anasema kuhusu wale ambao watawasababisha hata mmoja wa wadogo hawa kutanga-tanga bali na kweli katika Marko 9:42:

> "Na ye yote atakayemkosesha mmojawapo wa wadogo hawa waniaminio, afadhali afungwe jiwe la kusagia shingoni mwake, na kutupwa baharini."

Mungu anawategmea wachungaji kuwapa jto na kuwalinda kondoo wake mbali na hatari. Aliweka wazi kwa nabii Ezekiel kuwa, kama hata waonya walichini yake juu ya hatari, damu yao ataitaka mikononi mwake. Atawajibishwa kwa athari yoyote itakayokuja ju ya mtu ambae alipaswa amwonye. Tunasoa katika Ezekieli 3:18:

> *Nimwambiapo mtu mabaya Hakika atakufa; wewe usimpe maonyo, wala husemi na huyo mtu mbaya ili kumwonya, kusudi aache jia yake mbaya na kujiokoa roho yake; mtu yule mbay atakufa katika uovu wake; lakini dau yake nitaitaka mkononi mwako.*

Viongozi wa dini wa nyakati za Yesu walikuwa hawafanyi kazi yao. Watu wa Mungu walikuwa wanatanga-tanga na kuanguka katika dhambi. Viongozi wa dini walijali sana kutunza heshima zao na kuinua mambo yao binafsi kuliko kuwaangalia kondoo ambao wamepewa. Ni kweli, Kifungu kinatuambia kuwa Mafarisayo na viongozi wa dini waliwatenga na kuwakataa watoza ushuru na wenye dhambi, wakihisi kuwa ni kuvunja heshima yao kujichanganya na watu wa aina hiyo.

Wakati Yesu akizungumzia hapa kuhusu mchungaji ambaye alikuwa na kondoo mia, anazungumzia kuhusu kiongozi ambae amepewa majukumu makubwa na Mungu ya kuwaangalia, kuwahudumia, na kuwapatia kondoo mahitaji yao chini ya uangalizi wake. Ikimaanisha, kila mmoja wetu ni mchungaji. Mungu Ameweka wanaume, wanawake na wasichana na wavulana mbele yetu na kutuita kuwaangalia.

Fumbo hili lilikuwa kwa ajili ya wachungaji wa kiroho lakini ni kwa ajili ya kila mmoja pia ambaye amepewa jukumu au amewekwa juu kumuangalia mwingine.Tukiendelea na sura zingine tutaangalia kile Bwana Yesu anatufundisha kuhusu moyo Wake na jukumu letu kwa kaka au dada ambae amekwenda mbali..

Mambo Ya Kuzingatia:

- Wachungaji ni kina nani katika fumbo hili? Jukumu lao ni nini?
- Tuwaone kondoo hapa kama wale wasioamini tuu ambao hawajamkubali Bwana au fumbo ili pia linawahusu walioamini ambao wamepotea njia? Elezea.
- Angalia jamii unayoishi. Kuna waamini ambao wameanguka mbali na ushirika? Ni huduma ipi Kanisa lako linafanya kwa ajili ya hao walioenda mbali na kweli au wamekata tama katika maisha yao ya Kikristo?
- Je Mungu amekupa jukumu kwa ajili ya mtu mwingine? Ni watu gani Mungu amekuita uwaangalie na kuwatunza? Je umekuwa mwaminifu katika majukumu yako?

Kwa ajili ya Maombi:

- Je unamjua mtu ambaye ametanga-tanga mbali na kweli au amekata tamaa katika maisha y ake ya Kikristo? Chukua muda uwaombee.
- Muombe Mungu akuonyeshe watu ambao amewaweka chini ya uangalizi wako. Muombe akusaidie uwe mwaminfu kuwajali na kuwaangalia. Muombe akuonyeshe kile unachoweza kufanya ilikuwahudumia katika nyakati zao za mahitaji.
- Chukua muda kuwaombea wachungaji wa Kiroho wa kanisa lako. Muombe Mungu awape neema kuweza kuliangalia kundi ambalo amewapa.

2-Kondoo Aliyepotea

"Ni nani kwenu, mwenye kondoo mia, akipotewa na mmojawapo. (Luke 15:4)

Kondoo kwa asili hawajiwezi wenyewe. Hawana uwezo wa asili kujilinda na wanahitaji mtu kuwajali. Wakati Yesu alipoangalia makutano waliomfuata siku moja, Aliwalinganisha na kondoo wasiojiweza na wasio na mchungaji. Moyo wake ulisukumwa na huruma na akawaambia wanafunzi wake wamlilie Bwana wa Mavuno atume watendakazi kuwaangalia na kuwajali. Katika Mathayo 9:36-38 Tunasoma:

"(36) Na alipowaona makutano, aliwaurumia, kwa sababu walikuwa wamechoka na kutawanyika, kama kondoo wasio na mchungaji. (37) Ndipo alipowaambia wanafunzi wake, Mavunoni mengi, lakini watenda kazi ni wachache. (38) Basi mwombeni Bwana wa mavuno, apelike watenda kazi katika mavuno yake."

Kondoo wana maadui wengi. Wachungaji wa Kiroho wanapaswa wawe macho kwa majaribu n mitego ambayo inawasumbua kondoo na kuwafanya Kutanga-tanga. Embu tuchukue muda na kufikiri juu ya njia ambazo waamini wa kweli wanaweza kuiacha njia ya Mungu na kwenda mbali nayo.

Makosa ya Kitheolojia

Kwanza, kondoo wanaweza kutanga-tanga kutokana na theolojia. Wanaweza kupotea mbali na ukweli wa Neno la Mungu na kuingia katika upotofu. Bwana alilikemea kanisa la Pergamo kwa kuangukia mafundisho ya uwongo ya wa Nikolai katika Ufunuo 2:15-16:

> *"(15) Vivyo hivyo wewe nawe unao watu wayashikao mafundisho ya Wanikolai vile vile. (16) Basi tubu; na usipotubu, naja kwako upesi, nami nitafanya vita juu yako kwa huo upanga wakinywa changu."*

Mtume Paulo aliwakemea waamini katika Galatia kwa ajili ya kuamini walimu wa uongo ambao walikuwa wakielezea sheria za Musa kuwa ndio njia sahihi ya Wokovu. Akiandika katika Wagalatia 3:1-3 Anasema:

> *"(3:1) Enyi Wagalatia msio na akili, ni nani aliyewaloga, ninyi ambao Yesu Kristo aliwekwa wazi mbele ya macho yenu ya kuwa amesulbiwa. (2) Nataka kujifunza neon hili moja kwenu. Je! Mlipokea Roho kwa matendo ya sheria, au kwa kusikia kunakotokana na imani? (3) Je! Mmekuwa wajinga namna hii? Baada ya kuanza katika Roho, mnataka kukamilishwa sasa katika mwili?"*

Mafarisayo walikuwa ni viongozi waliokuwa wakiheshimika sana katika siku zao. Lakini, Akiongea nao katika Mathayo 23:15 Yesu alisema:

> *"(15) 'Ole wenu waandishi na Mafarisayo, wanafiki! Kwa kuwa mnazunguka katika bahari na nchi kavu ili kumfanya mtu mmoja kuwa mwongofu; na akiisha*

kufanyika, mnamfanya mwana wa Jehanum mara mbili zaidi kuliko ninyi wenyewe."

Kulingana na Yesu hawa Mafarisayo walikuwa ni wanafiki ambao walikuwa wakiwafanya waongofu kuwa "mwana wa jehanam". Kama mchungaji mzuri, Yesu aliwaonya wanafunzi wake kujilinda na mafundisho ya Mafarisayo na walimu wa sheria katika Mathayo 16:5-12. Hakutaka wanafunzi wake kuangukia katika nyara na kutekwa na upotofu.

Kuna mafundisho ya uongo mengi yanatuzunguka siku za leo, pia. Hata waamini wa kweli wanaweza kudanganywa na kuangukia katika mafundisho hayo. Hawa maadui wa Kitheolojia wanaweza kusababisha Kondoo kutanga-tanga kwa miaka mingi katika njia iliyo kinyume na Mungu na makusudi yake kwa ajili ya maisha yao. Mchungaji mwaminifu anapaswa awe mwangalifu na maadui wa kitheolojia ambao wanatafuta kuwaharibu kondoo, na afanye kila awezalo kuwaonya na kuwalinda na upotofu huu.

Dhambi

Watoto wa Mungu hawawezi tu kutanga-tanga kitheolojia, lakini wanaweza pia kuanguka katika dhambi. Paulo aliwakemea kanisa la Korintho kwa sababu hawakuchukua hatua dhidi ya mtu kati yao ambaye alikuwa akilala na mke wa baba yake (angalia 1 Corinthians 5:1). Katika 2 Timotheo 4:10 tuna habari za mtu aliyeitwa Dama ambaye alimtenga Paulo kwa ajili ya kupenda vitu vya ulimwengu huu. Kuna majaribu yasiohesabika katika ulimwengu huu kwa ajili ya mwamini. Kondoo hawana kinga kwenye majaribu haya. Angalia kwa haraka kanisa lako. Je kunahuhakika wa waamini kuanguka katika dhambi? Adui yetu Shetani ni mjanja. Ulimwengu na namna zake zinaonekana kuvutia na kondoo wengi wanaondolewa kwenye njia ya haki kuingia katika dhambi na uovu.

Kondoo walioanguka mara nyingine husukumwa mbali na kondoo wengine ambao hawataki kushirikiana nao. Mara nyingine wanaaibika kwa ajili ya kushindwa kwao na kuhisi kuwa hawawezi kurudi kundini tena . Kama kondoo aliyepotea, wanatanga-tanga bila ushirika wakiwa na wasi wasi, wakiwa hawana uhakika kama Mungu anaweza kuwasamehe au watu Wake wanaweza kuwapokea tena..

Undani na Mungu

Kondoo pia wanaweza wakaenda mbali na ukaribu wa ndani na Mungu. Kanisa la Efeso ni mfano uliowazi kabisa. Sikiliza changa moto ya Mungu kwa hili kanisa katika Ufunuo 2:4-5:

> *"(4) Lakini nina neno juu yako, ya kwamba umeuacha upendo wako wa kwanza. (5) Basi kumbuka ni wapi ulikoanguka; ukatubu , ukafanye matendo ya kwanza. Lakini, usipofanya hivyo, naja kwako, nami nitakiondoa kinara chako katika mahali pake usipotubu."*

Kanisa Huko Efeso lilikuwa lenye nguvu katika mafundisho na ushuhuda, Lakini walikuwa wanaupoteza upendo wao kwa Kristo. Bwana akawakemea kwa hili na akawaambia kuwa wanahitaji kutubu au atakiondoa kinara mahali pake. Ni rahisi jinsi gani kuchukuliwa katika kuulinda ukweli au kuujenga ufalme wa Mungu. Hii si mbaya kwa jinsi ilivyo lakini kama ikichukua nafasi ya mahusiano yetu binafsi na Mungu, Tunakuwa na hatia ya ibada ya sanamu. Tunaweza kuuwabudu ukweli na si Mtoa Ukweli. Tunaweza kupenda huduma yetu kwa ajili ya ufalme zaidi ya kumpenda Mfalme wa Ufalme huo.

Mara nyingine makanisa yote huenda mbali na upendo wao wa Kwanza, wakibadilishana na Majengo, huduma, tamaduni na mafundisho. Kondoo katika makanisa haya wametanga-tanga mbali na Makusudi ya Mungu. Shughuli zao nyingi na kujilinda na ukweli kumewaweka mbali na Kristo. Wamepoteza uwezo wao wa kufurahi katika Mungu na wameubadili na huduma, kweli na tamaduni. Mwandishi wa Zaburi aliliona hili katika watu wa wakati wake wakati alipomlilia Mungu katika Zaburi 85:6:

> *"Je Hutaki kurudi na kutuhuisha, watu wako wakufurahie?"*

Upotevu wa upendo wa kwanza au uwezo wa kufurahi katika Mungu ni swala ambalo wachungaji wote wa Kiroho wanapaswa waliseme. Wale ambao wamepoteza uwezo huu wametanga-tanga katika imani za kisheria ambazo haziwezi kutosheleza nafsi. Wanahitaji ku huishwa.

Mahusiano

Bado kondoo hutanga-tanga na kupotea kwa sababu ya mahusiano katika kanisa. Paulo aliomba na wanawake wawili katika kanisa la Filipi kutatua matatizo baina yao. akiandika katika Wafilipi 4:2 anasema:

> *"Namsihi Euodia, namsihi na Sintike, wawe na ni moja katika Bwana."*

Ni nani kati yetu hajawai kua na tofauti za kimawazo na mwamini mwingine katika Kanisa? Ni mara ngapi tofauti hizo zimesababisha matengano? Hata Waamini huangukia na kuwa mateka wa hisia zisizo kuwa na uthibitisho na kupendeleana katika kanisa. Mtume Yakobo aliwaonya kanisa kuhusu kupendeleana, akiwakumbusha kuwa haikuchangia utulivu na amani kwenye mwili wa Kristo. Sikiliza maonyo haya katika Yakobo 2:1-4:

> *"(2:1) Ndugu zangu, Imani ya Bwana wetu Yesu Kristo, Bwana wa utukufu, msiwe nayo kwa kupendelea watu. (2) Maana akiingia katika sinagogi lenu tu mwenye pete ya dhahabu na mavazi mazuri; kasha aiingia na maskini, mwenye mavazi mabovu. (3) nanyi mkimstahi yule aliyevaa mavazi mazuri, na kumwambia . Keti wewe hapa mahali pazuri; na kumwambia yule maskini, Simama wewe pale,au ket miguuni pangu (4) Je! Hamkufanya hitilafu mioyoni wenu, mkawa waamuzi wenye mawazo mabovu?"*

Mungalie mtu ambaye ametengwa mbali na kanisa lake wakati huu wa Yakobo. Kama alikuja kanisani na kutendewa na watu kama hasie na umuhimu wowote zaidi ya kaka yake au dada yake, unafikiri angelijisikiaje? Je angelirudi? Yesu mara nyingi alipingwa kwa kufanya urafiki na wenye tabia zisizokubalika. Kanisa la Agano Jipya lilisumbuliwa na tofauti za tamaduni na namna za maisha. Tunasoma katika Matendo 6:1 Kuhusu Wayahudi wa Kiyunani ambao walikuwa wakisahauliwa kwa upendeleo wa Wayahudi wa Kiebrania:

> *"Hata siku zile anafunzi walipokuwa wakiongezeka hesabu yao, palikuwa na manung'uniko ya Wayahudi wa Kiyunani juu ya Waebrania kwa sababu wajane wao walisahauliwa katia huduma ya kila siku."*

Tofauti hizi pia ziliweza kuonekana wakati Yesu alipomtembelea mwanamke wa Kisamaria kisimani. Tunasoma katika Yohana 4:9 kuwa Wayahudi hawakuchangamana na Wasamaria. Chuki kati ya

Wayahudi na Wasamaria ilikuwa kubwa na kuwafanya washindwe kuishi pamoja. Ni mara ngapi watoto wa Mungu wametanga-tanga mbali na Makusudi ya Mungu kwasababu ya kuhisiwa na kusemwa vibaya pasipo uthibitisho na uchungu ambao umeonyeshwa kwao na waamini wa madhehebu mengine au tamaduni au jamii ?

Mara nyingine tofauti kati ya waamini inaweza kuwa jambo kubwa hadi ushirika ukawa na kikwazo. Tunasoma, kwa mfano katika Matendo 15:37-39 kuhusu kutokubaliana kati ya Paulo na Barnaba juu ya Yohana Marko.

> *"(37) Barnaba akaazimu kumchuua Yohana aliyeitwa Marko pamoja nao, (38) Bali Paulo hakuona vema kumchukua huyo aliyewaacha huko Pamfilia, asiende nao kazini. (39) Basi palitkea masindano baina yao hata wakatengana, Barnaba akamchukua Marko akatweka kwenda Kipro."*

Nimekutana na waamini ambao wametanga-tang kwa miaka bila kuwa na familia ya kanisa kwa sababu ya maumivu waliokutana nayo katika kanisa. Hawajisikii tena kukaribishwa katika kundi. Kondoo hawa wamepotea mbali na ushirika wa Kanisa kwa sababu ya mahusiano yaliyo vunjika. Mara nyingine maumivu yanasababishwa na kondoo wengine yanakuwa makali sana na huchukua miaka kupona. Mchungaji mwenye hekima atakuwa mwangalifu juu ya adui huyu na kufanya awezavyo kutunza amani na kuponya majeraha waliyoyapata Kondoo hawa walioumizwa.

Majaribu na Kujaribiwa

Njia nyingine ambayo kondoo anaweza kupotea njia ni kupitia kujaribiwa na majribu makali. Mara nyingine inaonekana kuwa adui huja na nguvu kamili za kuharibu.

Nguvu yake yaku shambulia inaweza kuwatikisa waamini wa kweli mpaka hatua ya kupoteza mtazamo sahihi . Mara nyingine wanaweza wakaanza kujiuiza juu ya imani yao Yohana Mbatizaji alimuuliza Bwana Yesu alipokuwa akikutana na jaribu kubwa katika maisha yake . Katika Luka 7:20 tunasoma kuwa alijiuliza pia kama alikuwa ni Masihi ambaye alikuwa akihubiri habari zake:

> *"Nao walipofika kwake, walisema, Yohana Mbatizaji ametutuma kwako, akisema, Wewe ndiwe yule, ajaye, au tumtizamie mwingine?'"*

Usomaji wa haraka wa kitabu cha Ayubu katika Agano la Kale inatuonesha kuwa mtu huyu wa Mungu alifikia hatua katika maisha yake ambapo aliilaani siku ya kuzaliwa kwake . Sikiliza maneno yake katika Ayubu 3:11-14:

> *"(11) Mbona sikufa mimi tokea mimbani?Mbona nisitoe roho hapo nilipotoka tumboni? (12) Mbona haya magoti kunipokea?Au hayo maziwa, hata nikayanyonya? (13) Maana hapo ningelala na kutulia: Ningelala usingizi; na kupata kupumzika (14) Pamoja na wafalme na washauri wa dunia, ao waliojijengea maganjoni."*

Nabii Eliya, baada ya jaribu kubwa juu ya Mlima wa Karmell, alitafuta sehemu tulivu na akamlilia Mungu katika 1 Wafalme 19:3-4:

> *"(3) Naye alipoona hayo, aliondoka, akaenda aihifadhi roho yake, akafika Beer-sheba, mji wa Yuda, akamwacha mtumishi wake huko, (4) Lakini yeye mwenyewe akaendelea katika jangwa mwendo wa siku moja, akaenda akaketi chini ya mretemu, Yatosha sasa, Ee BWANA, uiondoe roho*

yangu; kwa kuwa mimi si mwema kuliko baba zangu.'"

Huyu mtu mkubwa wa Mungu hakutaka kuishi tena,. Alikuwa ametosheka na matatizo. Uzito wa majaribu yake ulionekana ni mzito kuubeba. Alitaka kuondoka na kwenda mbali na wito wa Mungu katika maisha yake na kutaka kufa.

Hawa watu waliona uzito wa majaribu katika maisha yao hadi wakafikia hatua ya kujiuliza juu ya makusudi ya Mungu juu ya maisha yao. Walikuwa kama kondoo waliopotea na wasio na msaada waliokuwa tayari kukata tamaa. Ni waamini wangapi wako katika hali hii leo?

Mashambulizi ya adui yamekuwa makali. Wameachwa majeruhi na wasio na msaada na kutelekezwa. Wamepotea, wakijiuliza nini kimetokea na kushangaa kama wana wajibu wowote katika kuujenga ufalme wa Mungu.

Utelekezwaji

Mwisho, inawezekana pia kondoo kupotea kwa sababu ya kutelekezwa. Katika Mathayo 9:36-38 Yesu aliwahurumia makutano kwa sababu walikuwa kama kondoo wasio na mchungaji. Kulikuwa na viongozi wengi wa kiroho katika Israeli nyakati hizo lakini hawakufanya kazi zao. Walikuwa hawaonyeshi kuwajali kondoo. Mafarisayo waliwachukia wenye dhambi na kukataa kuchangamana nao. Kuwatelekeza kwao kwa kondoo ilimaainisha kuwa wengi wao walikuwa waki tanga-tanga katika mafundisho ya uongo na maisha yenye dhambi. Wachungaji hawa walikuwa hawalishi, hawatunzi na wala hawajali kondoo na matokeo ni wengi walipotea na kutanga-tanga kwenye dhambi.

Tunaweza kuwa na uhakika juu ya jambo moja; Adui yetu anashughulika sana akitafuta kuharibu kazi ya Mungu. Jitihada zake amezielekeza kwa kanisa na haswa wale kondoo wasio na ulinzi. Hata acha juu ya lolote kuwameza. Wengi wameanguka kutokana na mashambulizi yake .

Nataka niwe wazi hapa. Hatuzungumzii kupotea kwa wokovu wa mtu. Wakati wokovu wetu ukiwa salama, Majaribu kwa waamini kujikwa na wakitanga-tanga katika mafundisho potofu, Tabia ya dhambi au hata kujisikia kutengwa na kanisa ni halisi kabisa. Mungu anajali juu ya kutanga-tanga kwa kondoo waliopotea. Yesu alianza fumbo hili na usemi huu: "Ni nani kwenu, mwenye kondoo mia, akipotewa ma mmoja wapo." Je tunawatambua waamini kati yetu ambao wamepotea njia zao? Je tunatambua wasiwasi wao? Je tunahisi maumivu yao? Je tunajishughulisha nao? Maombi yangu ni kuwa mafafanuzi haya hayata fungua macho yako kuona wale waliopotea njia zao tu, bali kutupa uelewa mzuri kwa lipi lifanyike kuwahudumia katika mahitaji yao.

Ya Kuzingatia:

- Je Mwamini anaweza kutanga-tanga katika makosa au kupotea njia yake? Inawezekanaje mwamini wa kweli kutanga-tanga mbali na njia ambayo Mungu amewawekea? Toa baadhi ya mifano.
- Je umewahi kuhisi kuwa umepotea njia? Nini kilikuwa ni sababisho?
- Je inawezekana kujihusisha sana na kumtumikia Mungu na kuulinda ukweli hadi tunajikuta tukipoteza upendo wetu wa kwanza?
- Je kuna waamini katika kanisa lako ambao wamepotea katika njia zao? Ni lipi Bwana atakutaka ufanye ili kuwasaidia?

Kwa ajili ya Maombi:

- Mshukuru Bwana kwa kuwa hawezi kutuacha wala kututupa, hata wakati tunapoanguka au kutangatanga mbali na njia.
- Muombe Bwana kwa ajili ya neema na nguvu kukabiriana na majaribu. Muombe akuvute karibu na Yeye katika nyakati hizi.
- Muombe Bwana akusaidie kuwa na upendo zaidi na huruma kwa wale walio kanisani kwako ambao wamepotea njia. Muombe akuonyeshe kile unachohitaji kufanya kuwasaidia kusimama tena.
- Chukuwa Muda wa kuombea wachungaji wa kiroho wa kanisa lako. Muombe Mungu awape uwezo kuonyesha huruma na kujali kondoo waliopotea .Muombe Mungu kukusaidia kutambua maadui wengi ambao wanatafuta kuwaharibu kondoo katika siku hizi.

3-Kuwaacha Tisini na Tisa

"asiyewaacha wale tisini na kenda nyikani ..." (Luka 15:4)

Ni jambo gani la asili la mchungaji kufanya wakati mmoja wa kondoo zake katika kundi lake amekwenda kutangatanga au yupo katika hatari? Sikiliza maneno ya Yesu katika mstari wa 4: "Asiyewaacha wale tisini na kenda nyikani?" Embu tuchukue muda kuzingatia yale Yesu alikuwa akisema hapa.

Zingatia maneno ya kwanza: "asiyewaacha." Haya maneno yanaonyesha kuwa ni jambo la asili kabisa wakati kondoo amepotea, mchungaji mwaminifu ataacha kufanya yale aliyokuwa akifanya na kwenda kumtafuta kondoo. Wakati mchungaji napopoteza mmoja wa kondoo zake, hilo linakuwa jambo lake la muhimu. Moyo wa mchungaji mwaminifu unavunjika kwa ajili ya kondoo wake aliyepotea. Maisha na afya ya kondoo ipo hatarini.Atafanya kila kitu katika uwezo wake kumlinda na kumwokoa huyo kondoo.

Angalia pia maneno "asiyewaacha tisini na kenda." Haya maneno yanatuonyesha kuwa mara nyingine kondoo wengine wanapaswa kuwekwa pembeni kwa muda ilikumjali yule anaehitaji uagalizi wa karibu zaidi. Tusilione hili kama ni kuwatelekeza wale tisini na tisa. Kama kwa chochote, mchungaji pia anatunza afya yao kwa kumtafuta huyu kondoo mmoja aliyepotea.

Fikiri kuwa umekiponda kidole chako kimoja na nyundo. Je mwili wako wote haupati tabu kwa ajili tu ya kidole hicho kimoja? Katika 1 Wakorintho 12:21-26 mtume Paulo anaweka wazi na vizuri zaidi kuwa hivi ndivyo ilivyo katika kanisa:

> *"(21) Na jicho haliwezi kuuambia mkono, Sina haja na wewe; wala tena kichwa hakiwezi kuiambia miguu, Sina haja na ninyi!" (22)Bali zaidi sana, vile vioungo vya mwili vidhaniwavyo kuwa ni vinyonge zaidi vyahitajiwa zaidi, (23) na vile viungo vya mwili vidhaniwavyo kuwa havina heshima, viungo vile twavipa heshima zaidi, na viungo vyetu visivyo na uzuri vina uzuri zaidi sana, (24) kwa maana viungo vyetu vilivyo na uzuri havina uhitaji, bali Mungu ameuungamanisha mwili na kukipa heshima zaidi kile kiungo kilichopungukiwa, (25) ili kusiwe na faraka katika mwili, bali viungo vitunzane kila kiungo na mwenziwe. (26) Na kiungo kimoja kikiumia, viungo vyote huumia nacho, na kiungo kimoja kikitukuzwa, viungo vyote hufurahi pamoja nacho."*

Mungu amemweka kila mtu katika mwili kwa sababu maalumu na hata kiungo kimoja kikitanga-tanga,kanisa lote hupata matatizo. Hii humaanisha kuwa mchungaji mwaminifu hawezi kudharau umuhimu wa kondoo wake mdhaifu katika kundi lake. Atafanya kila kitu katika nguvu na uwezo wake kumrejesha yule aliyekwenda mbali ili kanisa liwe kila kitu Mungu achotaka kiwe kwa ajili yake. Kama mwili unapaswa kuwa wenye afya, basi kipa umbele kinapaswa kiwe kwa ajili ya kuwarejesha wale wanaotanga-tanga. Kondoo aliyepotea hapaswi kupuuzwa wala kuachiliwa mbali. Kila jitihada inapaswa ifanywe kumrejesha. Afya ya kanisa na uthabiti unategemea na kumtafuta na kumrejesha yule kondoo mmoja katika nafasi yake na katika jukumu lake katika mwili wa Kristo.

Ingelikuwa ni jambo rahisi tu kwa mchungaji kuendelea kuwaangalia wale kondoo tisini na tisa wenye afya. Tisini na tisa ni rahisi kushughulika nao kuliko yule mmoja aliyekwenda mbali. Tisini na tisa hufanya yale wanayopaswa kufanya. Mara nyingi wanatiamoyo kufanya nao kazi na ni waaminifu kusimama na mchungaji. Kwa wachungaji wengine, haionekani kama ni sawa kuwaacha wale tisini na tisa na kumfuata yule mmoja aliyekwenda mbali na yawezekana hataki hata kuwa sehemu ya kundi. Mchungaji mwaminifu, pamoja na hayo hawezi kufikiri kumwacha kondoo wake mmoja katika mikono ya adui. Moyo wake unasumbuka kwa ajili ya yule anayetanga-tanga. Atafanya yote awezayo kumuhudumia na kumrejesha kondoo katika kundi lenye usalama na ulinzi.

Kuwaacha tisini na tisa si kazi rahisi. Inahitaji jitihada kubwa kumrudisha yule mmoja anayetanga-tanga kuliko kujishughulisha na wale tisini na tisa ambao wametulia na hawana usumbufu. Katika macho ya ulimwengu ni jambo la utukufu sana kuwa mchungaji wa kondoo waaminifu tisini na tisa kuliko yule kondoo mmoja aliye kwenda mbali na aliye asi. Wachungaji wengine hawako tayari kuachana na utulivu wa kundi na kwenda kushughulika na ugumu na mashaka ya kumtafuta kondoo aliyepotea.

Inatupasa kuelewa kuwa kuwaacha tisini na tisa haimaanishi kuwaacha bila ulinzi na kuwapuuza. Wachungaji katika nyakati za Biblia hawakufanya kazi peke yao. Wakati mchungaji mwaminifu akienda kumtafuta yule kondoo aliyepotea, anakuwa na uhakika kuwa wataangaliwa na watenda kazi wenzake. Wasaidizi wake watawangalia kondoo wakati hayupo.

Kumbuka pia kuwa mchungaji huwaacha kondoo zake "nyikani" anapokwenda kumtafuta kondoo aliyepotea. Kuwaacha tisini na tisa katika nyika haimaanishi kuwaacha hatarini. Wakati kunapokuwepo hatari nyikani, inampaa manufaa mchungaji ya uangalizi. Mchungaji anaweza kumwona adui vizuri katika nyika iwapo atakuwa akiwasogelea kondoo kwasababu hakuna mahali pakujificha katika nyika. Hii ilimpa mchungaji na kondoo faida. Faida ya pili ya nyika tupu ni kuwapa kondoo nafasi ya kutosha ya kutembea na kutafuta malisho. Kondoo wanaweza kulindwa na kupewa chakula vizuri katika nyika. Kabla ya kuondoka na kwenda kumtafuta kondoo aliyepotea, mchungaji mwaminifu hukakikisha kuwa wale tisini na tisa wanamalisho ya kutosha na wako salama.

Wakati wale tisini na tisa wakiaangaliwa katika nyika, Dhima kuu sasa ya mchungaji mwaminifu ni kumtafuta kondoo wake aliyepotea. Mchungaji anaacha kundi na faraja yake na kwenda katika nyika isiyoeleweka katika kumtafuta kondoo aliyepotea. Katika sura inayofuata tutangalia baadhi ya mambo magumu katika kumtafuta kondoo aliyepotea.

Tukizingatia maneno ya mstari wa 4, inatupasa kujiuliza wenyewe maswali muhimu. Je tunashiriki katika moyo wa mchungaji kwa ajili ya yule aliyepotea njia au je tuna weka jitihada zetu katika kuwajali wale kondoo tisini na tisa? Mwitikio wa kanisa lako umekuwaje kwa wale waliokwenda mbali na kuiacha njia? Je tunaona thamani ya wale waliopotea na kutanga-tanga kwa kanisa? Je tunaelewa kuwa ni mpaka pale amerejesha, kanisa la weza kuendelea kuwa katika wakati mgumu? Kila kondoo ni wa muhimu na anamchango katika kujengwa kwa kundi. Mchungaji mwaminifu analitambua hili na atafanya kila awezavyo kumrejesha kondoo aliyepotea kwa faida na mema ya kundi zima. Huyu kondoo sasa ndiye kipaumbele chake. Moyo wake unataabika akifikiri jinsi anavyolala bila msaada, akiumia na akiwa bila ulizi kwa adui zake. Mungu atupe moyo wa namna hiyo kwa ajili ya wanaotanga-tanga siku za leo.

Yakuzingatia:

- Kanisa lako limewatendaje wale ambao wametanga-tanga na kwenda mbali na kweli na kuanguka dhambini?
- Je kunawaamini katika jamii yako ambao wanatanga-tanga? Ni jambo gani Bwana angelikutaka ufanye kwa ajili yao?
- Kwanini ni muhimu sana kuwa tuwatafute waliopotea na kuwarejesha wanaotanga-tanga? Ina umuhimu gani kwa kanisa zima kumtafuta yule anayetanga-tanga na kwenda mbali?
- Kwanini ni kazi ya utukufu mkubwa kuwaangalia wale tisini na tisa katika macho ya ulimwengu? Ni vikwako gani wanavyokutana navyo wale wanaotaka kuwarejesha waliokwenda mbali?
- Je kuwaacha tisini na tisa kunaonyesha kuwapuuza mahitaji yao? Kwanini ni manufaa kwa wale tisini na tisa kwa kurejeshwa kwa yule aliyepotea?
- Muangalie mtu ambaye ametanga-tanga mbali na kundi. Kwanini kanisa linamuhitaji huyu mtu? Ni karama ipi Mungu amempa mtu huyo? Ni kwanamna gani kupotea kwa huyo mmoja kunaathiri kanisa?

Kwa ajili ya Maombi:

- Muombe Bwana akufungue macho kwenye njia ambazo waamini katika kanisa lako wamekuwa wakitanga-tanga. Muombe Bwana akupe mzigo wa ndani zaidi kwa ajili ya wale wanaumwa na wenye uchungu kati yenu.
- Chukua Muda kumuombea mtu ambaye amekwenda mbali na kundi. Muombe Mungu awabariki na kuwasaidia kurejeshwa katika ushirika na Yeye pamoja na watu Wake.
- Mshukuru Bwana kuwa kila kondoo ni wa muhimu Kwake na mshukuru kuwa hatukatii tamaa tunapoanguka au tunapotanga-tanga that.
- Muombe Mungu akusamehe kwa kutokuwa na huruma yake na kuwajali wale wanaoumia na kutanga-tanga katikati yenu.

4-KUMUENDEA KONDOO ALIYEPOTEA

Asiyewaacha wale tisini na kenda nyikani, aende akamtafute yule aliyepotea hata amwone? (Luka 15:4)

Katika sura ya mwisho tumeona moyo wa mchungaji kwa ajili ya kondoo aliyepotea. Tunapoendelea katika mstari wa 4, tunaona kuwa, akiwa ameshakumweka kondoo aliyepotea kuwa kipaumbele chake, Mchungaji sasa huwaacha wale tisini na tisa na kwenda kufuata hadi ampate. Tunahitaji kuzingatia neno "kumwendea" katika kifungu hiki. Kumwendea kunamaanisha mambo kadhaa.

Wakati kuna muda wakuwaombea wale wanaotangatanga, Kifungu kinaonyesha kuwa kuna kitendo cha kumuendea kondoo. Mtume Yakobo anawatia moyo wasomaji kuweka imani yao katika matendo inapohusu ndugu akiwa katika hitaji. Anawakemea wale ambao huwatakia tu ndugu zao maneno mema na kuwaacha waende zao bila kuwafanyia kitu cha kuwasaidia. Akiandika katika Yakobo 2:15-17 anasema:

"(15) Ikiwa ndugu mwanamume au ndugu mwanamke yu uchi na kupungukiwa na riziki.

> *(16) na mtu wa kwenu akawaambia, Enendeni zenu kwa amani,mkaote moto na kushiba, lakini asiwape mahitaji ya mwili, yafaa nini? (17) Vivyo hivyo na imani isipokuwa na matendo, imekufa nafsini mwake."*

Huruma ya kweli ni zaidi ya maneno ya huruma . inahusisha matendo na kujitoa sadaka. Mchungaji hajiweki tu katika kuomba na kutegemea mambo yatakuwa sawa. Anajituma mwenyewe kufanaya kitu. Yuko tayari kujitoa na kufanaya kila liwezekanalo kuona kuwa kondoo amerejeshwa.

Kumwendea kondoo aliyepotea kunaonyesha utayari wa kuchafuka. Yesu alituhumiwa kwa kuwa rafiki wa wenye dhambi na watoza ushuru. Alikula pamoja nao na kuchangamana nao. Viongozi wa dini wa siku za Yesu walikuwa na tatizo juu ya hili.Katika Marko 2:16 waliwauliza wanafunzi wa Yesu kuhusu Yeye kuchangamana na wenye dhambi.

> *"(16) Na waandishi na Mafarisayo walipomwona anakula pamoja na watoza ushuru na wenye dhambi, waliwaambia wanafunzi wake, Mbona anakula pamoja na watoza ushuru na wenye dhambi'?'"*

Hawa viongozi hawaku tayari "kuchafuka" kwa kuchangamana na wale ambao walikuwa wamekwenda mbali na imani. Ukweli wa mambo , pamoja na hayo,ni kuwa kama tutaenda kuwafikia waliopotea na wanaotanga-tanga, inatupasa kwenda kule tutakapo wakuta. Kama tunaogopa kukutwa tunaongea na "wenye dhambi" tutawezaje kuwafikia? Yesu aliwafikia waliokwenda mbali. Alikula pamoja nao na alichangamana. Hakushirki katika dhambi zao, lakini hakuogopa kufanya urafiki nao wala kuwagusa.

Adui angependa kutuona tunahofu ya ulimwengu ili tukatae kuwaendea kondoo waliopotea. Viongozi wa dini wa wakati wa Yesu waliogopa kuharibu sifa zao na kuwaangalia kondoo wanaotanga-tanga wakiangamia kuliko kuwagusa na kuwafikia.

Waamini watakufikiriaje wakikuona unaenda katika nyumba ya mtu aliyepotea ambae alikuwa akiishi katika dhambi? je wangelifikiri unatamani kumuona akirejeshwa au wangefikiri unataka kuhatarisha imani yako? Kuwaendea kondoo waliopotea itamaanisha kuwa watu watatufananisha na wenye dhambi na watoza ushuru. Inamaanisha kuachana na kundi lenye faraja na usalama na kutembea katika vumbi na barabara chafu za ulimwengu huu na nuru ya Injili . Inamaanisha kukataliwa na kudhiakiwa. Itamaanisha kupoteza sifa zetu na kutoeleweka na watu. Kuna gharama ya kulipa kuwaendea kondoo waliopotea.

Tumeongelea kuhusu gharama za sifa zetu hili, pamoja na hayo,si gharama pekee.Kuna gharama ya muda, rasili mali na jitihada. Mchungaji anaemwendea kondoo aliyepotea hajui itamchukua muda gani kumpata huyo kondoo. Gundua kitu hapa, pamoja na hayo, amejitoa kumtafuta"hadi atakapo mpata."

Mtu yeyote aliyewahi kumuhudumia mwamini aliyeumia au kwenda mbali anafahamu kuwa hili si jambo ambalo linatokea kwa muda mfupi. Mara nyingine huchukua miaka ya huduma ngumu kabla kondoo hajaponywa na kurejeshwa. Kuna nyakati tunahisi tunafanya mafanikio na adui tena nae anashambulia n kuturudisha nyuma kwenye mafanikio tuliyoyafanya.

Pia kunagharama za hisia za kulipa kumfikia aliyepotea. Kuna kukatishwa tamaa sana katika huduma hii. Tunajiuliza kama tunaweza kufanya mafanikio yoyote. Mara nyingine inaonekana kuwa jitihada zetu hazina matokeo yoyote. Manabii wa Agano La Kale mara nyingi walikatishwa tama wakati wale waliokwenda mbali walipokataa kuwasikiliza na kukataa jumbe zao. Sikiliza maombolezo ya Yeremia na maumivu ya hisia zake kwa kukataliwa katika siku zake. Yeremia 15:15-18:

> *"(15) Ee, BWANA, unajua wewe; unikumbuke, unijilie, ukanilipie kisasi juu yao wanaoniudhi; usiniondoe kwa uvumilivu waki; ujue ya kuwa ni kwa ajili yako nilivyopatikana na mashutumu. (16) Maneno yako yalionekana, nami nikayala; na maneno yako yalikuwa ni furaha kwangu, na shangwe ya moyo wangu; maana nimeitwa kwa jina lako, Ee BWANA, Mungu wa majeshi (17) Sikuketi katika mkutano wao wanaojifurahisha, wala sikufurahi, naliketi peke yangu kwa sababu ya mkono wako; kwa maana umenijaza ghadhabu. (18) Mbona maumivu yangu ni ya daima, na jeraha yangu ahina dawa, inakataa kuponywa? Je! yamkini wewe utakuwa kwangu kama kijito kiganganyacho, na kama maji yasiyodumu"*

Mchungaji anaewaendea kondoo waliopotea atakutana na hasira ya adui anapotafuta kumwokoa kondoo kinywani mwake. Daudi alijua hatari mchungaji alizokutana nazo. Akiongea na mfalme Sauli katika 1 Samweli 17:34-35 anasema:

> *"(34) Daudi akamwambia Sauli, Mtumishi wako alikuwa akichunga kondoo za baba yake, na alipokuwa akija simba, au dubu, akamkamata mwana-kondoo wa lile kundi, (35) mimi hutoka*

nikamfuata, nikampiga, nikampokonya kinywani mwake; na akinirukia, humshika ndevu zake, nikampiga, nikamwua."

Wakati tunapowaendea kondoo waliopotea mara nyingine tutakutana na hasira kali ya adui aliyemuiba. Simba na dubu hawata weza kuwaachia mateka wao bila kupigana nao. Mchungaji anahatarisha maisha yake mwenyewe ili kuokoa kondoo kutoka kwenye makanwa ya simba na dubu aliyeibiwa kutoka kwenye kundi. Anamthamini sana kondoo kiasi cha kuwa tayari kuyatoa maisha yake kumuokoa. Yesu anatuambia katika Yohana 10:14-15 Hivyo ndivyo alivyofanya kwa ajili yetu:

"(14) Mimi ndimi mchungaji mwema; nao walio wangu nawajua; nao walio wangu wananijua mimi— (15) kama vile Baba anijuavyo, nami nimjuavyo Baba. Nami nautoa uhai wangu kwa ajili ya kondoo."

Si wachungaji wote wakotayari kubeba gharama hizi kwa kondoo. Wengine wanataka kondoo watende makusudi yao. Hivi sivyo jinsi Yesu alivyotumika. Kama tunamfuata Yeye, inatupasa kuwa tayari kuyatoa maisha yetu kwa ajili ya kondoo. Tunawajibika Kwake kwa ajili ya maendeleo yao.

Kuwaendea kondoo waliopotea ni gharama. Wale ambao wanatilia maanani huduma hii wako radhi kuweka chini heshima zao, rasilimali zao, muda na hata maisha yao. Kujitoa kwao kwa ajili ya waliopotea ni kwamba watatoa kila walicho nacho kuwaona wakirejeshwa. Je hili limekuwa jukumu lako pia kama mchungaji? Je hili ni jukumu la kanisa lako kwa waamini kati yenu waliopotea njia?

Ya Kuzingatia:

- Ni gharama zipi zinahusika katika kuwaendea waliopotea?
- Ni hatari gani ziko katika kumwendea kondoo aliyepotea? Ni maadui gani tunapaswa kukutana nao tunapo kwenda kuwaokoa waliopotea?
- Ni namna gani kile tunachofanya kama kanisa kwa waliopotea kinaonyesha kuwathamini? Ni kwa namna gani Yesu aliwathamini kondoo waliopotea na waliokuwa wakitanga-tanga? Alifanya nini kulithibitisha hili? Ni jambo gani kanisa lenu linafanya kuthibitisha upendo walionao kwa ajili ya waliopotea?

Kwa ajili ya Maombi:

- Muombe Mungu akupatie huruma kubwa kwa ajili ya waliopotea walioko kati yenu
- Mshukuru Bwana kwa jinsi alivyoonyesha upendo wake kwako wakati ulipokuwa umekimbia mbali na Yeye.
- Mshukuru Bwana kwa kuwa amekupa neema ya kumshinda adui.
- Muombe Bwana akuonyeshe kile unachoweza kufanya kwa ajili ya waliopotea na walioko katika njia yao.
- Muombe Mungu akusamaehe kwa kuwa na huruma ndogo kwa ajili ya kondoo waliopotea na waliokimbilia mbali.

5-Akiisha Kumwona

Naye akisha kumwona humweka mabegani pake akifurahi(Luka 15:5)

Gundua kitu katika mstari wa 5 mwitikio wa mchungaji akiisha kumwona kondoo. Katika sura hii nataka tuchunguze maneno haya, "humweka mabegani pake akifurahi."

Akiisha kumwona kondoo aliyepotea, mchungaji angeweza kuwa na namna tofauti za mwitikio. Angeliweza kukasirika, kondoo amemletea ugumu na gharama nyingi kwa mchungaji. Ingeli kuwa rahisi sana kwa mchungaji kumuadhibu kondoo kwa matendo yake na ugumu aliyo msababishia.

Mchungaji pia angeliweza kumlaumu na kumtuhumu kondoo. Angelitafuta makosa na kumwonyesha kondoo jinsi alivyokosea. Angelimtuhumu kwa kutokuwa wa kiroho, kukosa uaminifu au asiemaanisha. Kwa kukiri, haya mambo yangelikuwa ni kweli, lakini huu si mwitikio wa kwanza wa mchungaji akiisha kumwona kondoo.

Tambua mwitikio wa mchungaji katika fumbo hili. Yesu anatuambia kuwa akiisha kumwona kondoo humweka mabegani pake akifurahi. Mwitikio wake wa kwanza ni kufurahi. Furaha ya mchungaji inatuambia nini kuhusu mtazamo wake? Inatuambia kuwa kujihusisha kwake kulikuwa si kwa ajili ya ugumu aliyovumilia au hata jinsi alivyosimama kuitetea kweli au kuishi maisha ya utauwa. Wakati vitu hivi vilikuwa vya msingi, nia kuu ya mchungaji ilikuwa kwa ajili ya kondoo. Kutakuwa na wakati mwingine baadae wa yeye kuchunguza kwa nini kondoo alikimbia mbali. Kwa sasa mtazamo wake uko kwenye kondoo tu.

Gundua kitu kingine pia. Mchungaji anamwinua kondoo na kumweka mabegani pake. Kuna vitu kadha inabidii tuviangalie hapa. Gundua kwanza kuwa mchungaji haogopi kumshika kondoo aliyekua amepotea. Kama tulivyokuwa tumesema mara nyingi,kwamba hii haikuwa tabia ya kiongozi wa dini wa nyakati za Yesu. Walikataa kushirikiana na wenye dhambi. Hawakuw gusa wala kuonwa wakiwa pamoja nao. Tunaona haya katika Luka 7:36-39 wakati mwnamke "mwenye dhambi"alipompaka Yesu mafuta miguuni. Angalia mwitikio wa Mafarisayo kwa mwanamke huyu:

> *"(36) Mtu mmoja katika Mafarisayo alimwalika ale chakula kwakw; akaingia katika nyumba yake yule Farisayo, akaketi chakulani. (37) Na Tazama mwanamke mmoja wa mji ule, aliyekuwa mwenye dhambi, alipopata habari ya kuwa ameketi chakulani katika nyumba ya yule Farisayo, alileta chupa ya marimari yenye marhamu, (38Akasimama nyuma karibu na miguu yake, akilia akaanza kumdondoshea miguu machozi yake, na kuipangusa kwa nywele za kichwa cake, akiibusu-busu miguu yake na kuipaka yale marhamu. (39) Basi yule Farisayo aliyemwalika alipoona vile, alisema moyoni mwake, Mtu huyu kama angekuwa nabii, angemtambua mwanamke huyu amgusaye, ni*

nani, naye ni wa namna gani, kwamba ni mwenye dhambi."

Yesu hakuogopa kushirikiana na wenye dhambi wala kukutwa akiwa pamoja nao. Mchungaji katika kifungu hiki anamchukua kondoo mabegani pake ambebe. Aligundua udhaifu wake na akamfikia ili amuhudumie. Hakuogopa kuchafuka, wala hakuogopa wengine wangemfikiriaje alipomwinua na kumbeba kondoo aliyekuwa ampotelea mbali.

Tunapo zingatia mfano huu, swali linakuja katika akili zetu: Kwanini mchungaji anahitaji kumweka kondoo katika mabega yake? Kuna weza kuwa na sababu kadha kwa ajili ya hili.

Kwanza, Kondoo amedhohofika na yawezekana hana nguvu za kurudi nyumbani mwenyewe. Imani ya aliyepotea imeshambuliwa. Adui ameharibu akili yake na roho yake. Amelala pembeni mwa barabara akiwa na wasiwasi na bila msaada, hajui la kufanya au hata namna ya kurudi katika ushirika.

Pili, kondoo aliyepotea yawezekana amepooza na hofu au kusumbuliwa. Labda anamashaka na jinsi atakavyo onekana kwa kondoo wengine kundini kama akirudi. Je wanamfikiriaje sasa kuwa aliondoka na kwenda kutanga-tanga? Je watamkubali?je watamtendea tofauti? Aibu na mifadhaiko mara nyingine ni jambo kubwa linatuzuia kurudi.

Tatu kondoo anaweza kua amejeruiwa sana, kwamba kurudi ikawa ngumu sana, .Anaweza asiwe tayari kuja na kukutana na kondoo wengine. Hii ni hususani pale kondoo kuumizwa kwake kumesababisha kuondoka kwake mbali na kaka zake na dada zake. Ni kwa sababu hii kondoo anaweza akawa anahitaji muda wa pekee katika mabega ya mchungaji mbali na kondoo wengine hadi atakapokuwa amepona na kujengwa vizuri tayari kwa kurudiI.

Kwa kumweka kondoo kwenye mabega yake, mchungaji anaonyesha kujali, kuhusika na huruma. Ni kitendo cha upendo na ushirika kwa kondoo ambaye alikuwa amepotea. Mchungaji akamsogeza kondoo karibu naye, kwa upendo anambeba kutoka sehemu mbaya na chafu na kumpeleka katika sehemu sahihi katika familia. Kama kondoo angelikuwa mtoto mchanga, mchungaji angelimchukua na kumbeba mikononi mwake. Kama angelikuwa ni ndugu tungelimkumbatia ma kuweka mikono yake katika mabega yetu na kisha kumsindikiza akirudi. Katika kila sababu ni kitendo cha upole, upendo na msaada.

Ni jambo lipi katika kifungu hiki linatuambia kuhusu majukumu yetu kwa ajili ya waamini wenzetu ambao wamepotea njia? ni kwa namna gani tunaweza kumsaidia na kumfariji kaka au dada? Embu nitoe maoni ya kutendea kazi juu ya hili.

Mkumbatie Aliyepotea

Wakati mchungaji alipo mbeba kondoo na kumweka mabegani pake, alimkumbatia, na akamwonyesha kumkubali na kumsaidia. Katika namna hiyo hiyo, inatupasa kuonyesha hali ya kuwatia moyo na urafiki ilikwamba aliyekimbilia mabali anapo rudi, ajisikie kuwa sehemu ya kundi. Kunawatu wengi sana wanataka kuweka maisha yao sawa na Bwana, wakirudi kanisani wanakuta wakisengenywa, wakipingwa au kutengwa. Mara nyingine hutendewa kama walio wa chini sana kuliko kondoo wengine kwa sababu tuu walikimbilia mbali. Kama mwamini, ambaye amepotea njia, anapaswa kurejeshwa, kanisa linahitaji kusamehe na kuelewa. Wakati tunakuwa hatukubaliani na vitendo vya dhambi na mafundisho ya uongo, bado tunapaswa kuonyesha uvumilivu na kuwakubali kaka zetu na dada zetu ambao wanahitaji na kutafuta kurejea katika ushirika. Kumbuka hapa kuwa katika kitendo cha upendo na upole, mchungaji alimchukua kondoo na kwa furaha akamweka mabegani pake. Akaweka mfano kwa kundi zima. Katika namna hiyo hiyo, angalia mwitikio wa Baba katika habari ya Mwana Mpotevu. Alipomaliza mali zote za urithi na kuishi maisha ya dhambi, mwana alirudi nyumbani kwa baba yake.

> *"(20)Akaondoka, akenda kwa babaye. Alipokuwa angali mbali, baba yake alimwona, akamwonea huruma, akaenda mbio akamwangukia shingoni, akambusu sana. (21) Yule mwana akamwambia, Baba, nimekosa juu ya mbingu na mbele yako; sistahili kuitwa mwana wako tean.' (22) Lakini baba aliwaambia watumwa wake, Lileteni upesi vazi lililo bora, mkamvike; mtieni na pete kidoleni, na viatu miguuni. (23) mleteni ndama yule aliyenona mkamchinje; nasi tule na kufurahi. (24) Kwa kuwa huyu mwanangu alikuwa amekufa, naye amefufuka; alikuwa aepotea;naye ameonekana. Wakaanza kushangilia." (Luka15:20-24)*

Mwana harudi nyumbani kwa baba yake mwenye kumtuhumu na kumhukumu. Anarudi nyumbani kwa baba yake mwenye furaha na kuangukia katika kukumbatiwa. Hii ni hali ambayo tunapaswa kuitengeneza kwa ajili ya kondoo waliopotea wanaporudi nyumbani.

Beba Mizigo yao

Kumbuka pia kuwa wakati mchungaji alipombeba kondoo ,alibeba uzito wa yule kondoo katika mabega yake. Embu fikiri kwa muda kuwa uwo mzigo ukawa wa mchungaji alipokuwa akimrudisha kundini.Mgongoni pake palikuwa na kondoo aliyechafuka na kuumia. Yawezekana hata alikuwa akivuja damu, na damu iliweka madoa katika kanzu ya mchungaji.je umewahi kubeba mzigo wa aliyekuwa amepotea Je umewahi kukaa chini na kusikiliza uchungu wake? Mkimbia mbali mara nyingine anahitaji kushughulikia uchungu na hasira yake juu ya kondoo wengine. Mara nyingine kwenda kwao mbali kumesababisha maumivu kwa wengine. Kuwabeba wakimbia mbali katika mabega yetu inamaanisha kuwapa nafasi kueleza maumivu yao na kuyashughulikia. Itawasaidia kuchanganua hisia zao na kuwapatia ushauri na msaada unaoonekana iliwaweze kupona na kurejeshwa katika upendo katika kundi.

Warejeshe katika ushirika na huduma

Wakati mchungaji alipomwinua kondoo na kumweka katika mabega yake,alikuwa na lengo katika mawazo yake. Huyu kondoo alikuwa anaenda kuponywa majeraha yake, na kurejeshwa katika familia. . Angelikuwa na kazi ya muhimu tena katika kazi ya ufalme.Hili lili kuwa wazi katika mawazo ya mchungaji.

Wakati furani uliopita nilipata nafasi ya kuongea gerezani katika nchi ya Ufilipino. Gereza hili lilikuwa na ulinzi wa hali ya juu sana ambamo walifungiwa waharifu wabaya katika nchi. Mungu amekuwa akifanya kazi ya ajabu sana katika gereza na mamia ya watu walikuwa wanakuja kumjua Bwana. Ni kweli, Mungu alikuwa akiwaita wengine kuwa wachungaji kwa wenzao katika vyumba vyao. Niliwai kuombwa kuzungumza katika mkutano wa wakristo watendakazi 150 Christian. Wengi waliokuja walikuwa ni wafungwa walioitwa na Mungu ili kuwahudumia na kuwatumikia wafungwa wenzao katika jina la

Kristo.sikuweza kujizuia ila nilibaki nikishangazwa na neema kuu ya Mungu ambayo ingeweza kuwaokoa hao watu wa namna hiyo na kuwaita ili wamtumikie. Ninimfikiria Paulo ambae alilitesa kanisal na baadae akaitwa na Mungu kuwa balozi wa kwanza. Namfikiria Daudi ambaye alianguka mara nyingi katika uzinzi,uuaji na uongo na bado aliitwa na Mungu kuwa mfalme mkubwa wa Israeli. Namfikiria Petro ambaye alimkana Bwana wetu mara tatu na bado aliitwa kuhubiri mkutano mkubwa wa kwanza wa Kikristo katika Pentekoste na kuleta matokeo ya watu elfu tatu kuokoka.

Kunatumaini kwa ajili ya kila kondoo. Mungu hatawatenga waliotanga-tanga. Anataka kuwaona wakirejeshwa katika kundi na katika mahali sahihi pa ufalme wake. Mchungaji anarudi na kondoo wake aliyekuwa amepotea mabegani pake na kusudi moja, kumuona akirejeshwa na kutumika tana kwa ajili ya Bwana. Kila Kondoo ni wa muhimu. Hata wale waliopotea njia zao hawatatengwa. Matakwa ya Mungu ni kuwaleta warudi katika kundi na kuwafanya watumike kwa ajili ya ufalme wake. Inatupasa kukamata maono haya haya kwa ajili ya kondoo waliopotea.

Ya Kuzingatia:

- Ni njia zipi ambazo waamini huonyesha mwitikio kwa kondoo ambaye alikuwa amekwendambali na kundi?
- Furaha ya mchungaji inatufundisha nini anapomwona kondoo na jinsi anavyojisikia mchugaji kwa kondoo wake?
- Kuna tofauti gani kati ya kuilinda kweli ya mafundisho na namna ya kuishi na kumpenda kondoo? Je inawezekana kuvilinda hivi vitu na kuacha kumpenda kondoo?

- Kumbeba kondoo kwenye mabega kunamaanisha nini? Kwanini kondoo aliyepotea anahitaji kubebwa kwa muda?
- Ni mambo gani ya kufanay ambayo unadhani yanaweza kumsaidia aliyepotea kurejeshwa kundini?
- Kanisa lenu linawatendeaje waliopotea wanohitaji kurejeshwa?

Kwa Ajili ya Maombi:

- Muombe Mungu akupe moyo wa Kristo kwa ajili ya wale waliokimbilia mbali na ukweli.
- Muombe Mungu akuonyeshe kile unachopaswa kufanya kumsaidia mtembea mbali kurejeshwa katika ushirika.
- Chukua muda wa kumwombea kaka au dada ambaye anajikuta yuko kwenye magumu. Muombe Mungu ajifunue kwao na kuwarejesha katika afya na utumikaji katika mwili wa Kristo.
- Muombe Mungu akusamehe kwa maneno yoyote mabata na yasiyo mema au matendo ambayo yamemkwaza mmoja wa watoto wake kurejeshwa katika ushurika.

6- FURAHI PAMOJA NAMI

Na afikapo nyumbani kwake, huwaita rafiki zake na jirani zake, akawaambia, Furahini pamoja nami, kwa kuwa nimekwisha kumpata kondoo wangu aliyepotea' (Luke 15:6)

Kumwona kondoo ni sehemu ya pekee ya urejesho. Mara nyingine kikwazo kikubwa kwa mtembea mbali ni kondoo wengine katika kundi. Nimekutana na watu wengi ambao wameshindwa kurejea kwa sababu wana mashaka na namna watakavyo pokelewa kanisani wakirudi. Mchungaji mwenye hekima atakuwa mwangalifu sana juu ya hili na kufanya vyote awezavyo kuhakikisha kuwa kondoo anakubaliwa kabisa na wengine katika kundi.

Embu gundua nini hutokea wakati mchungaji akirudi. Mstari wa 8 unatuambia anawaita marafiki zake na majirani kwa pamoja wake kufurahi pamoja na yeye kwa sababu amempata kondoo aliyepotea. Mstari huu ni wamuhimu kama tukiuelewa maana ya kurejesha kondoo kundini.

Swali tunalopasa kujiuliza ni hili: Kwanini mchungaji anawaita majirani na marafiki kwa pamoja? Embu tuangalie majibu kadha.

"Furahi Pamoja Nami"

Sababu ya kwanza inatoka katika kifungu hiki, "Furahini pamoja nami." Mchungaji amefurahi sana kumwona kondoo wake kiasi cha kushindwa kutunza furaha yake ndani. Anasukumwa kushirikiana na watu furaha yake, marafiki na majirani. Matamanio yake ni kusherekea kurudi kwa kondoo aliyepotea na kukaribisha majirani washerekee pamoja nae. Hili hutuambia kitu kuhusu uthamani wa mchungaji anao uweka juu ya kondoo mmoja.

Kumbuka kuwa huyu kondoo akikwenda mbali na kundi. Labda alianguka dhambini au kwenye mafundisho ya uwongo. Labda alisababisha uharibifu kwenye kundi. Kondoo wa aina hii mara nyingi ni kikwazo kwenye kanisa. Ni rahisi tu kumwachia kondoo aende tu na kumsahau. Moyo wa mchungaji, pamoja na hayo, ulivunjika kwa ajili ya huyo kondoo wake. Alitamani kumwona akirejeshwa. Amejawa na furaha kwa kurudi kwake. Huu haukuwa wakati wa tuhuma na hukumu. Kondoo wengi wanarudi na kisha kukutana an hasira ya kanisa. Wanahukumiwa, wanalaumiwa na kusengenywa. Hii si tabia ya mchungaji. Aliwakaribisha majirani zake wote kwenye sherehe kubwa kwa kurudi kwa kondoo wake mpendwa.

Wakati mtembea mbali akirudi mara nyingi hujisikia aibu na mashaka. Anajihisi kuwa hastahili kuwa sehemu ya kundi na ana mashaka akiwa kati ya kondoo "watakatifu zaidi". Hili hutokea kuwa jambo linalofanana na la Mwana Mpotevu katika Luka 15:21. angalia anavyo jibu kwa kukubaliwa na Baba yake:

> *"Yule mwana akamwambia, Baba, nimekosa juu ya mbingu na mbele yako; sistahili kuitwa mwana wako tena."*

Bila kujali kutostahili kwake Baba yake anaagiza achinjwe ndama aliyenona kusherekea kurudi kwa mwanae.

Unafikiri mwitikio wa Baba huyu ulifanya nini kwa mwanae? Je haukumhakikishia juu ya upendo wake kwake? Sherehe ya furaha ya baba ilithibitisha kwa mwana kuwa alikuwa anapendwa. Dhambi zake na uasi, bila kujali ulivyokuwa mbaya, haikuzuia upendo wa baba yake kwake. Mchungaji aliporudi na kuwaita majirani zake na marafiki alikuwa hawaonyeshi tu upendo wake kwa ajili ya kondoo, alikuwa akimpa uhakika kondoo ambao anauhitaji kuendelea kama anaekubalika katika kundi pamoja na haki na manufaa yote.

Ni rahisi kiasi gani wakati tumetembea mbali na kuanguka dhambini na uasi kushangaa jinsi Mungu anavyoweza kuendelea Kutupenda. Kifungu hiki kinaondoa mashaka yetu yote. Kunafuraha kubwa mbinguni mtembea mbali anaporudi katika kundi. Labda watu wanakuzunguka watakuhukumu, na kukutuhumu na kukupinga lakini Bwana anafuraha. Anasherekea kurudi kwako mbinguni. Mikono yake iko wazi kukupokea. Anakukumbatia kwa upendo na furaha. Acha hii picha ikuhakikishie. Acha huu uwe mfano kwa ajili yetu kwa namna ya kushughulika na waliopotea. Matamanio ya Mungu ni kukusamehe na kusahau. Haya ni mafundisho halisi ya Zaburi 103:11-12

> *"(11) Maana mbingu zilivyoinuka juu ya nchi, kadiri ile ile rehema zake ni kuu kwa wamchao; (12) Kama mashariki ilivyo mbali na magharibi, Ndivyo alivyoweka dhambi zetu mbali nasi."*

"Nimempata kondoo wangu"

Kuna sababu nyingine kwa nini mchungaji aliwaita majirani zake kusherekea kurudi kwa kondoo. Hili linapatikana katika kifungu, "Nimempata kondoo wangu aliyepotea." Mchungaji anaweka mambo mawili wazi katika kifungu hiki.

Kwanza, Kondoo aliyepotea amepatikana na pili, kuwa kondoo alikuwa wake.

Tangazo la hadhara ni la muhimu sana kwa sababu mbili. kwanza , inaleta ukaribu kwa kondoo aliyepotea. Ni tangazo dhahiri la msamaha, kukubaliwa na uhakikisho. Hatupaswi kudharau umuhimu wa uthibitisho wa hadhara katika maisha ya mtu aliyemshirika wa kanisa letu. Nakumbuka wakati mmoja nilikuwa nahubiri katika kanisa moja na mtu katika makutano, hakupenda kile nilichokuwa nikisema, alitoka nje, akabamiza mlango wa kanisa na akaapa kuwa atafanya lolote kunizuia kuhubiri tena katika hilo kanisa. Viongozi wa kanisa waliposikia hayo, walikutana. Matokeo yalikuwa ni barua ya uthibitisho kutoka katika viongozi kunihakikishia kuwa wanaunga mkono huduma yangu na maneno niliyozungumza. Barua hii ilikuwa ni faraja kubwa kwangu na ilinihakikishia mahusiano yangu na hilo kanisa. Tunapokuwa hatuna uhakika na mahusiano yetu na kanisa hatuna uhuru kuhudumu jinsi tunavyopaswa kuhudumu. Wachungaji wenye hekima watahakikisha kuwa wakati kondoo anarudi kundini anakuwa na huhakika na kusimama kwake.

Kuna sababu ya pili kwanini ilikuwa muhimu kwa mchungaji afanye tangazo hili. Haikuwa muhimu kwa kondoo pekee bali ilikuwa muhimu kwa kanisa pia. Kanisa linapaswa kuelewa kuwa kondoo aliyepotea amerejeshwa. Urejesho hauwezekani iwapo kanisa linafikiri kuna mambo hayajatatuliwa. Kwa tangazo la hadharani kuwa kondoo aliyepotea "amepatikana," mchungaji ananyamazisha uongo wote na masengenyo yoyote ambayo yanaweza yakamzunguka. Anatangaza jambo limetatuliwa na anafunga kitabu juu ya hilo jambo. Hili hufungua mlango kwa ajili ya ushirika mpya.

Kumtafuta kondoo aliyepotea kumemgharimu mchungaji mengi lakini kumleta nyumbani si jambo rahisi. Kanisa mara nyingi halikubali kurudi kwa hawa kondoo waliopotea. Mchungaji anapaswa ashughulikie uchungu uliosababishwa na watembea mbali katika kundi. Msamaha hautakuwa rahisi mara zote. Ujasiri na imani vinahitaji kurejeshwa pia. Kutangaza kwa makutano kuwa kondoo aliyepotea amepatikana kunahitaji zaidi ya maneno. Mchungaji mwenye hekima atahitaji pia kutengeneza hali ya kukubaliwa na msamaha kwa ajili ya mtembelea mbali kurejeshwa. Itampasa kufanya awezavyo kuzuia maongezi ya uharibifu, tabia au matendo ambayo yatazuia ushirika kamilina urejesho. Kumrejesha kondoo maana yake ni kuandaa kanisa kumpokea arudipo. Mchungaji mwenye hekima atafanya vyovyote iwezekanavyo kuona kuwa kondoo anakubalika na kukumbatiwa na wengine wote katika kundi.

Ya kuzingatia:

- Linganisha tabia ya mchungaji hapa na tabia ya kanisa lako kwa kondoo aliyepotea na kurejeshwa. Je kanisa lako lina tabia hiyo hiyo hiyo?
- Kwanini ni muhimu kwa mtembea mbali kuhakikishiwa juu ya upendo wetu na ushirikiano? Ni kwa namna gani tunapata uhuiano kati ya nidhamu na uthibitisho?
- Ni jukumu gani la mchungaji katika kuwaanda kanisa kumpokea mtembea mbali? Ni vizuizi gani ambavyo mchungaji anapaswa avishughulikie juu ya hili?

Kwa ajili ya maombi:

- Muombe Bwana kuondoa roho yoyote ya hukumu na upingamizi uliyonayo juu ya mtembea mbali ambaye anataka kurudi kanisani.
- Muombe Mungu akusaidie kuwa na huruma zaidi kwa waliopotea na waamini walio kwenda mbali na kutanga-tanga.
- Chukua muda na kuomba kuwa Bwana alisaidie kanisa lako kuwakubali watembea mbali.
- Muombe Bwana akusaidie kujua nini utafanya we binafsi kwa ajili ya kondoo aliyepotea.

7-Kufurahia Mbinguni

Nawaambia, vivyo hivyo kutakuwa na furaha mbinguni kwa ajili ya mwenye dhambi mmoja atubuye, kuliko kwa ajili ya wenye haki tisini na kenda ambao hawana haja ya kutubu. (Luka 15:7)

Yesu anahitimisha fumbo lake katika mstari wa 7 kwa kusema kuwa mbinguni wanafurahi zaidi juu ya mwenye dhambi anayetubu zaidi ya wenye haki wote ambao hawana haja ya kutubu. Ilikuelewa kile Bwana anamaanisha inatubidi kujua kwanza hisia zake juu ya watu wake. Zingatia kile nabii huyu anachosema kuhusu mahusiano ya Mungu na watu wake katika Zefania 3:17:

> *"BWANA, Mungu wako, yu katikati yako shujaa awezaye kuokoa; Atakushangilia kwa furaha kuu, atakutuliza katika upendo wake."*

Bwana anasema mambo kadha kupitia mtumishi wake hapa kuhusu mahusiano yake na watu wake. Gundua kuwa alikuwa Mokozi wao. Aliwafikia wakati walipokuwa katika mahitaji yao na kuwaokoa. Gundua pia kwamba aliwafurahia, na kuwapenda na kushangilia juu yao kwa kuimba. Watu wa Mungu walileta furaha kubwa katika moyo Wake. Pamoja na kuwa mbali na ukamilifu lakini wali waliujaza moyo wake kwa kuimba.

Katika kitabu cha Isaya, Bwana Mungu analinganisha mahusiano yake na watoto wake na mama na watoto wake. Tunasoma katika Isaya 49:15-16:

> *"(15) Je mwanamke aweza kumsahau mtoto wake anyonyae, hata asimhurumie mwana wa tumbo lake? Naam hawa waweza kusahau lakini mimi sitakusahau wewe! (16) Tazama nimekuchora katika vitanga vya mikomo yangu; kuta zako ziko mbele zangu daima."*

Ingelikuwa rahisi kwa mama kumsahau kunyonyesha mtoto wake kuliko Bwana kuwasahau watoto wake. Picha hapa ni moja ya huruma na upole. Nani katikati yetu hajui furaha ambayo huletwa na mtoto aliyezaliwa kwa mama yake? Kumbuka pia kuwa Bwana amewaandika watu wake katika vitanga vya mikono yake. Kwa maneno mengine ni kwamba majina yao yako mbele Yake. Asingeliweza kuwasahau.

Bwana pia analinganisha uhusiano wake na watu wake na ule wa bwana arusi na bibi arusi. Akizungumza katika Isaya 62:5 anasema:

> *"Maana kama vile kijana amwoavyo mwanamwali, ndivyo wana wako watakavyokuoa wewe; na kama vile bwana arusi amfurahiavyo bibi arusi ndivyo Mungu wako atakavyokufurahia wewe"*

Tena picha hapa ni ya upole, upendo wa ndani na furaha ya ndani.

Upendo wa Mungu wa ajabu kwa watu wake hautabadilika. Ni upendo wa milele. Nabii Yeremia, analizungumzia hili, anasema katika Yeremia 31:3:

> *"BWANA alinitokea zamani akisema, Naam nimekupenda kwa upendo wa milele, ndiyo maana nimekuvuta kwa fadhili zangu."*

Upendo wa Mungu kwa ajili ya watu wake hautegemei kama tu wema zaidi au tunaishi katika viwango vyake. Anatupenda katika ubora wetu na ubaya wetu. Paulo anatukumbusha katika Warumi 5:7-8 Kuwa wakati tulipokuwa katika ubaya wetu, Kristo aliuonyesha upendo wake mkuu kwetu.

> *"(7) Kwa kuwa ni shida mtu kufa kwa ajili ya mtu mwenye haki; lakini yawezekana mtu kuthubutu kufa kwa ajili ya mtu aliye mwema. (8) Bali Mungu aonyesha pendo lake yeye mwenyewe kwetu sisi, kwa kuwa Kristo alikufa kwa ajili yetu, tulipokuwa tungali wenye dhambi."*

Yesu mwenye alisema, "Hakuna aliye na upendo mwingi kuliko huu, wa mtu kuutoa uhai wake kwa ajili ya rafiki zake." (Yohana 15:13, NIV). Yesu alifanya zaidi ya hili, zaidi, aliyatoa maisha yake kwa ajili yetu wakati tungali adui zake.

Akiongea na wanafunzi wake katika Yohana 14:1-3, Yesu anasema:

> *"(14:1)Msifadhaike mioyoni mwenu; mnamwamini Mungu niaminini na mimi (2) Nyumbani mwa Baba yangu mna makao mengi; kama sivyo, ningeliwambia; maana naenda kuwaandalia mahali. (3) Basi mimi nikienda na kuwaandalia mahali, nitakuja tena niwakaribisha kwangu; ili nilipo mimi, nanyi mwepo."*

Ni matamanio ya Bwana Yesu kuwa tuwe pamoja naye milele. Kuna watu ambao tunaweza kuvumiliana nao kwa muda, na ni wachache tu ambao tungependa kuwa nao milele. Upendo wa Yesu kwa ajili yetu ni kuwa anataka tuwe katika uwepo wake milele.Ha wezi kutuchoka. Upendo wake na furaha yake kwetu haitafifia kamwe. Hili linatuambia nini kuhusu upendo wa Mungu kwa watu wake? Anafurahishwa nao na anawapenda kwa upendo mkuu zaidi ya mama yeyote anavyoweza kuwa na upendo kwa mtoto wake. Anawafurahia kuliko bwana arusi anavyoweza kufurahi kwa bibi harusi. Aliyatoa maisha yake kwa hiari na furaha akionyesha ushirika wa ndani na upendo kwa watu wake. Matamanio Yake ni kuwa pamoja na sisi milele katika ushirika usio na kikwazo na upendo wa ndani zaidi. Hakuna upendo wa namna hii kamwe.

Upendo wa Mungu ni wa ajabu na wenye nguvu . Anachotuambia hapa Yesu katika Luka 15:7, ni kwamba kuna furaha zaidi mbinguni juu ya mwenye dhambi mmoja akitubu zaidi ya wale wote ambao hawahitaji toba. Embu tuzingatie kifungu hiki kwa muda .Fikiri kuwa umechukua furaha yote ya Mungu na kuiweka mahali.Sasa fikiri tungelifanya vivyo hivyo kwa wale tisni na tisa waliozungumziwa katika fumbo hili. Unadhani limbikizo hilo lingekuwaje? Sasa fikiri kchukua mlima mkubwa wa furaha na upendo na kuutumia juu ya kondoo aliyepotea. Hiki ndicho Yesu anakizungumza katika kifungu hiki Anatuambia kuwa kuna furaha zaidi na kushangilia mbinguni juu ya kondoo mmoja zaidi ya wale tisini na tisa ambao hawaitaji kutubu. Hii haimaanishi kuwa Mungu anawapenda wenye haki kidogo. Inatuonyesha pia kwa upande mwingine moyo wa Mungu kwa Kondoo waliopotea na kutanga-tanga. Inamaanisha nini kwetu kwa kitendo hicho?

Kama tunataka kuufurahisha moyo wa Mungu , basi hakuna kitu cha Kumletea furaha sana zaidi ya kumtafuta kondoo aliopotea na kutanga-tanga na kumrejesha kundini. Muda wetu mwingi tumetumia kuwahudumia wale tisni na tisa ambao hawahitaji toba. Moyo wa Mungu ni kwa ajili ya kuwaona wakikua na kukomaa, lakini moyo wa Mungu unavunjika kwa wale ambao wamepoteza njia zao. Kama tutafanya huduma sawasawa na moyo wa Mungu, inatupasa kufungua acho yetu kwa ajili ya mahitaji ya kondoo waliopotea wanaotuzunguka. Anasikia kilio chao wakitaka msaada. Moyo Wake unavunjika kuwaona wametelekezwa na kusahaulika pembeni mwa milima. Moyo wake unavunjika hata zaidi, kuwaona wachungaji wameziba masikio yao wasisikie kilio chao.

Sikiliza kile Yesu anatuambia katika Mathayo 25:40:

> *"Amini, nawaambia, kadiri mlivyomtendea mmoja wapo wa hao ndugu zangu walio wadogo, mlinitendea mimi."*

Uhusiano wa Yesu na watoto wake ni wa karibu sana kiasi kwamba tukifanya jambo au kusema kitu kiovu juu yao, analichukulia uzito. Anajisikia jinsi wanavyojisikia. Baadhi ya maonyo katika maandiko yalishughulika na kuwakandamiza na kuwatendea vibaya watu wake. Angalia kile Mungu alisema katika Kutoka 22:22-24:

> *"(22) Usimtese mjane ye yote aliyefiwa na mumewe, wala mtoto yatima. (23) Ukiwatesa watu hao katika neno lolote, nao wakanililia mimi, hakika yangu nitasikia kilio chao. (24) na hasira yangu itawaka moto, nami nitawauwa ninyi kwa upanga; na wake wenu watakuwa wajane, na watoto wenu mayatima."*

Adhabu ya kuwatesa wajane au yatima ilikuwa ni kuuwawa kwa upanga. Mungu angelisikia kilio cha watoto wake na kuleta hukumu.

Katika Agano Jipya tuna maonyo ya namna hiyo pia. Sikiliza kile Bwana anasema katika Marko 9:42:

> *"Na ye yote atakayemkosesha mmojawapo wa wadogo hawa waniaminio, afadhali afungwe jiwe la kusagia shingoni mwake, na kutupwa baharini."*

Akizungumza na wachungaji wa siku za Ezekieli, Ambao walijifaidisha kutoka katika kondoo, Mungu anasema katika Ezekieli 34:7-10:

> *"(7) Basi, enyi wachungaji, lisikieni neno la BWANA: (8) Kama mimi niishivyo, asema Bwana Mungu, kwa sababu kondoo zangu walikuwa mateka, kondoo zangu wakawa chakula cha wanyama-mwitu wote, kwa sababu hapakuwa na mchungaji, wala wachungaji wangu hawakutafuta kondoo zangu, bali wachungaji walijilisha wenyewe wala hawakulisha kondoo zangu, (9) kwa sababu hiyo, enyi wachungaji lisikieni neno la Bwana: (10) Bwana Mungu asema hivi; Tazama mimi ni juu ya wachungaji; nami nitawataka kondoo zangu miikononi mwao, nami nitawaachia hiyo kazi ya kuwalisha kondoo; nao wachungaji hawatajilisha wenyewe tena; nami nitawaokoa kondoo zangu vinywani mwao, wasiwe tena chakula chao."*

Mungu anasimama thabiti kutetea kondoo waliopotea. Anasimama kinyume na wale ambao wamekuwa wakiwatenda vibaya na kudharau kilio chao. Je utaupendeza moyo wake kwa kuwajali waliopotea na wanaotanga-tanga? Je utashiriki nao waliopotea njia zao kwa upendo Wake na huruma Yake?

Kama wewe ni mmoja wa wale kondoo waliopotea yakupasa kujua kuwa Yesu anasikia na kujua namna unavyo jisikia upweke na uchungu. Anaona mashaka yako. Unaweza usiwe tayari kurudi kwake lakini hawezi kukutupa kamwe. Anatamani ukaribu na wewe. Anakusubiri kwa uvumilivu urudi. Hatakuachilia uende. Sikiliza maneno ya Mungu kwa taifa lililoasi Katika Hosea 2:5-7. Akizungumza kwa Israeli kama mke, Mungu anasema:

> *"(5) maana mama yao amezini;yeye aliyewachukua mimba ametenda mambo ya aibu; maana alisema; Nitafuatana na wapenzi wangu, wanipao chakula changu na maji yangu, sufu yangu na kitani yangu, mafuta yangu na vileo vyangu' (6)Basi kwa ajili ya hayo, angalia nitaiziba njia yako kwa miiba, nami nitafanya kitalu juu yake, asipate kuyaona mapito yake. (7) Naye atawafuata wapenzi wake, lakini hatawapata; atawatafuata, lakini hatawaona; ndipo atakaposema, Nitakwenda nikamrudia mume wangu wa kwanza; kwa maana hali yangu ya zamani ilikuwa njema kuliko hali yangu ya sasa."*

Israeli alikuwa akiwatafuta wapenzi wengine lakini Mungu hakumruhusu aende. Katika Hosea 2:6 anamwambia kuwa angeli "iziba njia yake kwa miiba, nami nitafanya kitalu juu yake, asipate kuyaona mapito yake." Mungu hatakata tamaa juu ya watu wake, japo alikuwa ni muasi. Angeendelea kumtafuata hadi angeli mpata amrudishe.

Kama wewe ni "kondoo aliyepotea" leo, elewa kuwa upendo wa Mungu kwako ni mkuu na hakuna wakuuondoa. Atakutafuta. Unaweza ukawa unamkimbia kwa nguvu zote lakini kama ukifungua macho yako utaona kuwa bado yuko pembeni yako. Jisalimishe kwenye pendo hili. Fungua moyo wako kwake na muache akuangalie na kukujari.

Maombi yangu kwa somo hili ni sehemu mbili. Kwanza ituonyeshe kitu kwa ajili ya moyo wa Mungu kwa watoto wake ambao wameipotea njia. Kama wewe ni kondoo uliyepotea, farijika kwa hili. Kama wewe ni kati ya wale tisini na tisa, chukua angalizo la shahuku Yake kwa japo kondoo mmoja mdogo aliyeumia.

Pili, Naamini kuwa fundisho hili litafungua macho yetu kuona kondoo wenye mahitaji wanaotuzunguka wanaolilia msaada na kuwezeshwa. Mungu apendezwe kupitia somo hili na kusababisha kila asomae kuona umuhimu wa huduma hii ya kuwajali kondoo waliopotea. Naomba apendezwe na matokeo ya hili iwe wengi kuwafikia kondoo wake walioumia, wapweke na wanotanga-tanga kwa upendo na huruma.

Ya Kuzingatia:

- Biblia inatufundisha nini namna Mungu anavyojisikia kuhusu watoto wake?
- Mungu anasikia nini kuhusu kondoo aliyepotea? Je dhambi zetu na uasi wetu unafutilia mbali upendo wa Mungu?
- Nani ni kondoo waliopotea katika jamii yako? Nini kifanyike zaidi ili kuwahudumia?
- Tunaona katika Mathayo 25:40 Kuwa Yesu anawatambua wale walio wadogo katika watoto wake. Hili linatuambiaje kuhusu umuhimu wa tabia zetu na mtazamo wetu kwa wale waliotanga-tanga kwa sababu yoyote?

Kwa ajili ya Maombi:

- Muombe Mungu akusamehe kwa kutokuwa na huruma kwa ajili ya waliopotea au kupoteza njia zao.
- Chukua muda kumwombea mtu ambaye anaumia na anahitaji mchungaji kumwangalia na kumjali.
- Muombe Mungu akupe mzigo wa ndani kwa ajili ya kondoo waliopotea. Muombe afungue macho yako uwaone na masikio yako yasikie kilio chao.
- Mshukuru Mungu kuwa upendo wake kwetu unabaki pale pale hata kama tukianguka na kupoteza njia zetu.

Wasambazaji Wa Vitabu Vya Mwangaza wa Njia Yangu

Usambazaji wa vitabu vya mwangaza wa njia yangu (LTMP) ni huduma ya uandishi wa viabu na usambazaji kuwafikia Wakristo watenda kazi katika Asia, Latin Amerika, na Afrika. Wakristo wengi watenda kazi katika nchi zinazoendelea hawana vyanzo vya muhimu vya kupata mafunzo ya Biblia au kununua mafunzo ya Biblia kwa ajili ya huduma zao na kwa ajili yao binafsi ili kitia moyo. F. Wayne Mac Leod ni mshirika wa Action International Ministries na amekua akiandika vitabu hivi na lengo la kuvisambaza bure au kwa gharama kwa wachungaji wenye hitaji na wakristo watenda kazi ulimwenguni kote.

Hadi leo maelfu ya vitabu katika namna ya "Mfululizo juu Ya Ibada" na "Mfululizo wa Maisha Katika Kristo" yanatumika katika kuhubiri, kufundisha, kufanya uinjilisti na kuwatia moyo waamini katika nchi zaidi ya thelathini. Vitabu katika mfululizo huu sasa vimetafsiriwa katika lugha ya Kihindi, Kifaransa, Kihispania na Kihaiti. Lengo ni kuvifanya vipatikane kwa waamini wengi iwezekanavyo.

Huduma ya LTMP ni huduma yenye misingi ya Kiimani na tunamwamini Bwana kwa vyanzo vya muhimu ili kuvisambaza vitabu kwa ajili ya kuwatia moyo na kuimarisha waamini ulimwenguni kote. Unaweza Omba ili Bwana afungue milango kwa ajili ya fasiri na usambazaji endelevu wa vitabu hivi?

www.ingramcontent.com/pod-product-compliance
Lightning Source LLC
Chambersburg PA
CBHW052125070526
44586CB00016B/2090